Children's Malayalam:

Where is the Baby
എവിടെപ്പോയി വാവ

Sujatha Lalgudi

Where is the Baby?
– A cute picture book for toddlers

എവിടെപ്പോയി വാവ

കൊച്ചു കുട്ടികൾക്ക് ഒരു ചിത്രപുസ്തകം

സുജാത ലാൽഗുഡി

Author/Illustrator: Sujatha Lalgudi
Translator: Harikirshnan J

This book belongs to:

_____

Where are the baby's eyes?
എവിടെയാണു വാവയുടെ കണ്ണുകൾ?

Here they are, two twinkling eyes.

ഇതാ ഇവിടെ രണ്ടു തിളങ്ങു , കണ്ണുകൾ.

Where is the baby's nose?

എവിടെയാണു വാവയുടെ മൂക്ക്?

Here it is, one tiny nose.

ഇതാ ഇവിടെ ഒരു കുഞ്ഞു മൂക്ക്.

Where is the baby's mouth?
എവിടെയാണു വാവയുടെ വായ?

Here it is, rosy lips.

ഇതാ ഇവിടെ ചുവന്ന ചുണ്ടുകൾ.

Where are the baby's ears?

എവിടെയാണു വാവയുടെ ചെവികൾ?

Here they are, two ears that hear.

ഇതാ ഇവിടെ രണ്ടു കേൾക്കും ചെവികൾ.

Where are the baby's fingers?
എവിടെയാണു വാവയുടെ വിരലുകൾ?

Here they are, ten lovely fingers.

ഇതാ ഇവിടെ പത്തു സുന്ദരൻ വിരലുകൾ.

Where are the baby's toes?

എവിടെയാണു വാവയുടെ കാൽവിരലുകൾ?

Here they are, ten tiny toes.

ഇതാ ഇവിടെ പത്തിക്കിളി കാൽവിരലുകൾ.

Where is the baby's belly button?

എവിടെയാണു വാവയുടെ പൊക്കിൾ?

Here it is.

ഇതാ ഇവിടെ.

Where is the baby?

എവിടെയാണു വാവ?

Here I am!
ദാ ഞാനിവിടെ!

I am here!

ഞാനിവിടുണ്ട്!

Read a book, baby.

ഒരു പുസ്തകം വായിക്കൂ വാവേ.

Finish your milk, sleepy baby.

പാലു മുഴുവനും തീർക്കൂ ഉറക്കം തൂങ്ങും വാവേ.

Good Night. Sweet Dreams Baby!

നന്നായുറങ്ങൂ.
മധുരിക്കും സ്വപ്നങ്ങൾ
കാണൂ വാവേ!

Hope you liked reading this book.
Please write a review to help us spread the word.
Thank you.

ഈ പുസ്തകം നിങ്ങൾക്ക് ഇഷ്ടപ്പെട്ടുവെന്നു പ്രതീക്ഷിക്കുന്നു. ദയവായി ഇതിന്റെ ഒരു നിരൂപണം എഴുതി ഇതിനെക്കുറിച്ചുള്ള വാർത്ത പരത്താൻ സഹായിക്കൂ.

Sujatha Lalgudi

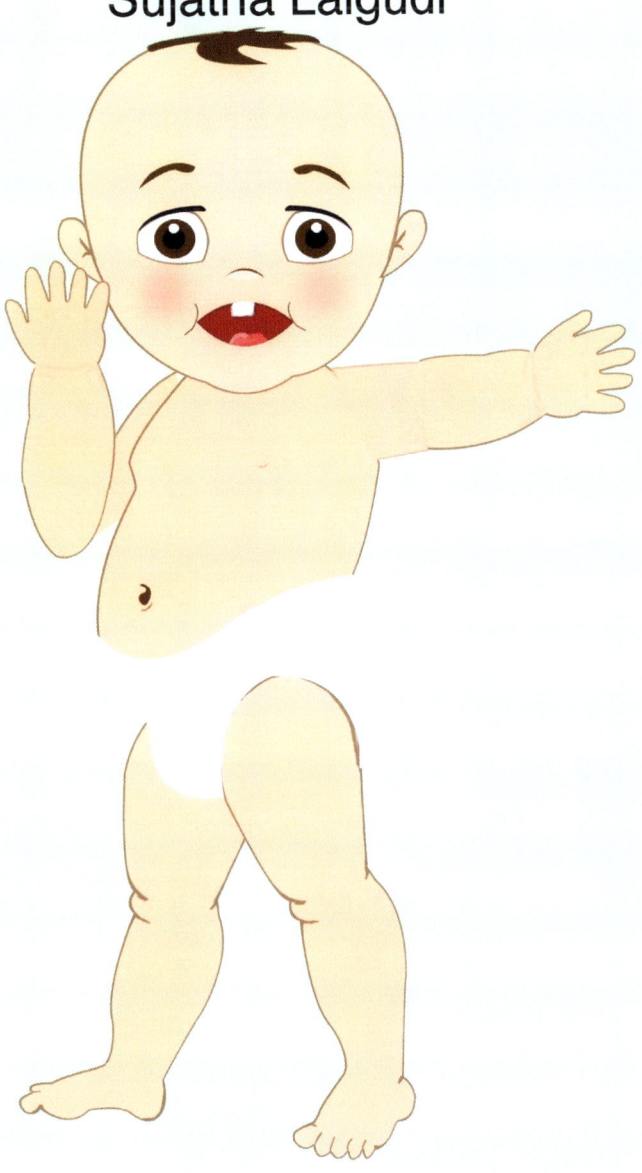

The end!